ऑपरेशन उमरी बँक 1948

पोवाडा

संजय पांडुरंग माने

Made with ♥ on the Notion Press Platform
www.notionpress.com

अनुक्रमणिका

प्रस्तावना

भारत स्वतंत्र होण्यापूर्वी भारत देशामध्ये म्हणजेच अखंड भारतामध्ये 563 पेक्षा अधिक राज्य होती या राज्यांचा कारभार आपले स्थानिक राजे पाहत होते. परंतु सर्व राज्य हे ब्रिटिश सरकारच्या अधिपत्याखाली मांडलिक राज्य होती. भारत देशामध्ये त्याकाळी सर्वात मोठे राज्य पैकी कश्मीर ग्वाल्हेर कोठा आणि हैदराबाद हे होते त्यापैकी हैदराबाद राज्य हे क्षेत्रफळाने व संख्येने लोकसंख्येने व श्रीमंत च्या दृष्टीने सर्वात मोठे राज्य होते. या राज्याचे स्थापना 31 जुलै 1724 सली झाली होती या राज्यात एकूण सात राज्यांनी राज्यकारभार केला म्हणजे हैदराबादच्या या घराण्यास असत जहा घराणे असे संबोधले जात होते हे हैदराबादचे म्हणजेच हैदराबादचा निजाम दुसऱ्या महायुद्धाच्या काळात जगातील सर्वात श्रीमंत राजा म्हणून गणला जात होता. एवढे की त्याने ब्रिटिश सरकारला सुद्धा कर्ज दिले होते. त्याची संपत्ती अमाप होती हिरे माणिक मोती अक्षरशः यांचे ढीग लागलेली होते. सुरुवातीच्या काळामध्ये म्हणजे पहिला, दुसरा, तिसरा निजाम असताना धार्मिक सलोख्याचे वातावरण हैदराबाद राज्यांमध्ये होते, परंतु नंतर नंतर मुस्लिम धर्माचा पगडा वाढत गेला व हैदराबाद राज्यात शरीयत कायद्याने राज्य व्हावे अशी निजामाची इच्छा होती. त्यामुळे वरचेवर समाजामध्ये धार्मिक दरी वाढत गेली आणि राज्यकर्त्यांनी मुस्लिम समाजाला झुकते माप दिले. राज्यामध्ये 80 टक्के पेक्षा जास्त हिंदू आणि इतर समाज होता आणि केवळ अठरा टक्के या मुस्लिम समाजात होता परंतु वास्तविकता अशी होती की पूर्ण साम्राज्यामध्ये 80 टक्के कर्मचारी हे मुस्लिम होते आणि 20 टक्के कर्मचारी हिंदू होते ते पण खालच्या पदावर. भारत देश जेव्हा 1947 रोजी स्वतंत्र झाला, ब्रिटिशांनी देशाची फाळणी करून सर्व मांडलिक राज्यांना स्वतंत्रता दिली की त्यांनी आपल्या इच्छेनुसार ज्यांना भारतात राहायचं आहे ते भारतात राहू शकतात व ज्यांना पाकिस्तान मध्ये जायचं आहे ते पाकिस्तान मध्ये समाविष्ट होऊ शकतात आणि याच धोरणाच्या आडून हैदराबादचा निजाम सातवा

निजाम मीर उस्मान आली याची अशी कल्पना होती की तो पाकिस्तानमध्येही जाणार नाही आणि भारतातही राहणार नाही तो स्वतःचा एक स्वतंत्र देश बनवू इच्छित होता. परंतु हैदराबाद राज्यातील बहुतांश बहुतांश जनता त्यांना भारतामध्ये विलीन व्हायचे होते आणि त्यामुळे राजा आणि प्रजा म्हणजेच प्रशासन आणि लोक यामध्ये संघर्ष पेटला. याच संघर्षाला आपण हैदराबाद राज्य मुक्ती संग्राम किंवा मराठवाडा मुक्ती संग्राम असे नाव देतो याच संग्रामावर आधारित पोवाडा सदरील पुस्तकात समाविष्ट केलेला आहे.

ऋणनिर्देश, पावती

बालमनावर संस्कार करून माझ्यासारख्या अनेक विद्यार्थ्यांना सक्षम करणारे विवेकानंद प्राथमिक शाळेतील तसेच श्री शिवाजी विदयामंदीर हायस्कूल लेबर कॉलनी लातूर शाळेतील शिक्षक श्रीमती सुमनबाई, श्री झांबरे सर, श्री करंडे सर,श्री साखरे सर, श्री जाधव सर, श्री गुंजाळ सर ,श्रीमती गोसावी मॅडम श्री एखंडे सर, श्री राठी सर,श्री शिंदे सर यांच्या चरणी हे प्रथम पुष्प अर्पण

नांदी, प्रस्तावना

जगाचा इतिहासात आत्तापर्यंत अनेक कारणासाठी अनेक ठिकाणी लूट करण्यात आली यामध्ये भारताचे इतिहासामध्ये सुद्धा इंग्रजांच्या बँकेमध्ये इंग्रजांच्या रेल्वे गाड्यांची लूट तसेच इंग्रजांच्या खजाण्याची लूट करण्यात आली. इंग्रजांनीही भारतीय मंदिरात लूट केली परंतु ऑपरेशन उमरी बँक ही लूट जगातल्या सगळ्या लुटीमध्ये अतिशय वेगळी अशी मानले जाते कारण या लुटीमध्ये जवळपास 172 स्वातंत्र्यसैनिक समाविष्ट होते. उमरी बँक लुटल्यानंतर जो लुटीचा पैसा होता सुमारे 20 लाख 66 हजार रुपये हा सर्व पैसा स्वातंत्र्य सैनिकांनी उमरखेड मार्गे सोलापूर येथे जाऊन गोविंद भाई श्रॉफ, स्वामी रामानंद तीर्थ यांच्या हवेली केली. नंतर ह्या रकमेचं वल्लभभाई पटेल यांच्या नेतृत्वाखाली रीतसर ऑडिट झाली व एक ना एक पैशाचा हिशोब ठेवण्यात आला आणि तो लेखी हिशोब आज सुद्धा उपलब्ध आहे. तर अशा प्रकारे सर्व स्वातंत्र्य सैनिकांनी देशाच्या हितासाठी ही लूट केली. इसवी सन 1948 रोजी 20 लाख 66 हजार रुपये ही रक्कम खूप मोठी रक्कम होती. 1948 रोजी सोन्याचा भाव 88 रुपये 62 पैसे प्रति तोळा होता यावरून आपण या रकमेचा अंदाज घेऊ शकतो आणि सर्व पैसा देशाच्या हितासाठी वापरला त्यामुळे उमरी बँकेचे लूट ही जगातली सगळ्यात वेगळी लूट मानली जाते

लेखक

श्री गणेशाय नमः

ओम नमो श्री जगदंबे ।2।

नमन तुज अंबे करून प्रारंभे

डफावर थाप तुणतुण्याचा

शाहीर हा महाराष्ट्राचा प्राण।2।

गातो स्वातंत्र्याचे गुणगान।

आधी नमन मातृभूमीला, मातृभूमीच्या वीर पुत्रांना, मातृभूमीच्या विरांगणांना, स्वामी रामानंद तीर्थांना, गोविंदभाई सराफांना, शंकरराव चव्हाणांना, रंगराव देशमुखांना देशमुखांना देशमुखांना,

शामराव बोधनकरांना, विनायकराव डोईफोड्यांना,

भगवान गांजवेना, गोविंदराव पानसरेंना पानसरेंना पानसरेंना

दिगंबरराव बिंदूंना गोविंदराव नानलांना, श्रीनिवास बोरीकरांना, बाबासाहेब परांजपेंना परांजपेंना परांजपेंना

मी ठेवीत माथा यांच्या चरणी हो जिरे जी जी जी

15 ऑगस्ट 1947 अर्धा अधिक भारत सोनदिव्यांनी उजळून निघाला होता. गोरी माकडे म्हणजेच ब्रिटिश लोक भारतातून पायउतार झाले होते, परंतु मातांनो - बंधुंनो निम्मा भारत देश अजूनही पारतंत्र्यात होता. काही संस्था निकाली हुकूमशाहीच्या जोरावर साध्या भोळ्या जनतेला आपल्या निष्ठावर पायाखाली दाबून ठेवले होते

भारतात 562 संस्थानिकांपैकी कश्मीर नंतर सर्वात मोठे संस्थान म्हणजे हैदराबाद स्टेट हैदराबादच्या राज्याला निजाम म्हटले जायचे हा निजाम मराठवाड्यातील सर्व जिल्हे कर्नाटकातील तीन जिल्हे तर तेलंगणातील आठ जिल्हयावर राज्य करत होता.

या स्टेट मधील 89 टक्के जनता हिंदू होती व 11 टक्के मुस्लिम परंतु राजा मुस्लिम असल्यामुळे तो आपला शरीया कायदा अमलात आणायचा.

या संस्थानातील जनतेला ना राजकीय स्वातंत्र्य होते ना सामाजिक ना धार्मिक ना आर्थिक या निजामाच्या राज्यात सर्व प्रमुख ठिकाणी मुस्लिम लोक बसवले होते त्या काळाचे पोलीस यंत्रणा पूर्णता निजामाच्या हातात होते पोलिसाबरोबरच त्याने जवळपास दोन लाख सशस्त्र रजाकार हे खाजगी सैनिक उभे केले होते ही रजाकर संघटना अतिशय क्रूर व अमानुष होती जनतेवर सतत अत्याचार करत होती.

अनन्वित अत्याचार केला,

लोक कंटाळले जीवालाल,

मनाई केली देव पूजेला

दसरा दिवाळीला गौरी गणपतीला

आणि होळीला हो जिरे जी जी जी

लग्नात बाजा लावायचा नाही, देवळात घंटी वाजवायची नाही, टाळ ,मृदुंग ,पेटी, भजन काही काही नाही. घरात कोणी मेलं गौरून तर सोडाच साध रडायचं ही नाही. मुकाट्याने मडं फुकून द्यायचं.

केला अनन्वित अत्याचार

जनता झाली पूरती बेजार

स्त्रियांवर केला बलात्कार

लय माजले वतनदार

रणचंडीने घेतला अवतार हा हा हा

लई कापले गणीम आरपार

हात गोळ्यांचा केला मार

दगडाबाई शेळके धुवाधार हो जीरे जी जी जी।

माझ्या माता भगिनींनो भारताच्या इतिहासात आत्तापर्यंत वेळोवेळी स्त्रियांनी सुद्‌धा पुरुषांच्या बरोबरीने सहभाग घेतलाय. मराठवाड्यात सुद्‌धा अनेक झाशीच्या राणी होऊन गेल्या 75 वर्षांपूर्वी जालना जिल्ह्यातील बदनापूर तालुक्यातील **दगडाबाईशेळके** ही अशीच मर्दानी. अंगात पॅन्ट शर्ट घालून, पाठीला अपंग मुलाला बांधून, एका हातात घोड्याचा लगाम तर दुसऱ्या हातात बंदूक घेऊन अनेक रजाकरांना तिने पैगंबर वासी केले. दगडाबाईंनी बंदूक चालवण्याचे तसेच बॉम्ब गोळा फेकण्याचे प्रशिक्षण घेतले होते. त्या आपल्या सहकारी स्वातंत्र्य सैनिकांना रसद पुरवण्याचे काम करत होत्या. दगडाबाईंना एकदा रजाकरांनी शस्त्रास्त्रासह रंगेहात पकडले त्यांना कारावासात टाकले, अशामुळे दगडाबाईंना नवऱ्याचा रोष पत्करावा लागला परंतु आपल्या मातृभूमीला स्वतंत्र करण्याचा मार्ग त्यांनी सोडला नाही.

दगडाबाई शेळके यांची गाजलेली लढाई म्हणजे माहेरची लढाई. औरंगाबाद मधील भोकरदन हे दगडाबाई शेळके यांचे माहेर, तेथे निजामाच्या सैनिकांचा कॅम्प होता दगडाबाईंनी एकट्याने या कॅम्पवर बॉम्ब फेकून अख्खा कॅम्प उध्वस्त केला होता. निजामशाहीला हादरवून सोडले.

हात गोळ्यांचा केला मार

दगडाबाई शेळके धुवाधार हो जीरे जी जी जी।

या लढ्यात फक्त एक स्त्री नव्हे तर अनेक रणरागिणींनी भाग घेतला, पुरुषांना लाजवेल अशी कामगिरी केली.

भूम तालुक्यातील गोदावरीबाईटिके

तुळजापूरच्या सांभाईवीराधनगर

जाफराबादच्या पुंजाबाईबुरुगडे

औरंगाबादच्या बाळूबाईमुगालाल

नांदेडच्या लक्ष्मीबाईमयेकर व नागोबाबाईआंबेसंगे

सिल्लोडच्या रुक्मिणीबाईकोरडे

वाईच्या घेताबाईचारठाणकर

तसेच

त्रिवेनाबाईपाटील, सोनुबाईपाटील, कमलाबाईदेशपांडे, सुनंदाबाईजोशी, आशावाघमारे।

बंधू भगिनींनो अशा विरंगणामुळे मराठवाडा मुक्ती संग्राम एका यज्ञाप्रमाणे धगधगू लागला. या यज्ञाच्या आगीत जातीपाती जळू लागल्या उरला तो फक्त अन्यायाविरुद्ध लढणारा निखारा, भारत मातेचे वीर पुत्र.

पेटून उठले बारा बलुतेदार

आता होऊन जाऊ दे आर पार

निजामशाहीला करू हद्दपार हो जिरे जी जी जी

21 ऑक्टोबर 1946 साली रजाकरांनी आपलाच घात करण्यासाठी एक बी पेरले. श्री गोविंदराव पानसरे धर्माबादचे अतिशय सत्वशील नम्र व अहिंसेचा पुरस्कार करणारे शेतकऱ्यांचे नेते. त्यांनी गावोगावी जाऊन किसान संघटना काढल्या शेतकऱ्यांना चळवळीसाठी दिशा दिली. परंतु भेकड रजाकारांनी बिलोली जवळील **अर्जापूर** येथे बैलगाड्यातून जाणाऱ्या पानसरेंना घेरले. वीस पंचवीस रजाकारांनी एकट्या निशस्त्र पानसरेंचं मुंडके धडा वेगळे केले. त्यांच्या मृतदेहाची विटंबना केली. **गोविंदरावपानसरे** हैदराबाद मुक्तिसंग्रामातले पहिले हुतात्मा ठरले. ही दुर्दैवी घटना संपूर्ण नांदेड परगण्यात पसरली. या घटनेने नांदेडकरांच्या मनात बी पेरले बदला घेण्याचे.

बलिदानाने केला चमत्कार,

तरुण तरुणांनी मारला फुत्कार,

जातपात केली हद्दपार ,

हिंदू युनियनने घेतला आकार हो जी रे जी जी

निजामशाहीला नेस्तनाबूत करायचे तर सर्वात आधी या रजाकार संघटनेला जिरवायला पाहिजे. रजाकार संघटना सशस्त्र व अमानुष आहे त्यांच्यासोबत लढायचं तर आपल्याकडेही शस्त्र पाहिजेत. शस्त्र घ्यायला पैसा आणायचा कोठून?

हिंदू युनियनने घेतला आकार

एकत्र आले लोक समजदार

कसे पाडावे निजाम सरकार हो जिरे जी जी।

हैदराबादचा निजाम अतिशय धर्मवेडा होता. निजामाच्या लष्करात 95 टक्के मुस्लिम होते. हिंदूवर जरब बसवण्यासाठी त्याने अरब मुस्लिम तसेच रोहिल्यांना आपल्या राज्यात जहागिरी दिल्या होत्या. कासीम रिजवी याने निजामाच्या मार्गदर्शनाखाली दोन लाख सशस्त्र रजाकार उभा केले. तो सर्व नेत्यांना अतिशय तुच्छ लेखायचा,

साले ये सब कमजोर है,

ये चुहें है, तो हम शेर है।

निजामशाहीका ये कुछ नही बिगाड सकते ।

एकत्र आली लोक समजदार

कसे पाडावे निजाम सरकार ।

शस्त्र घ्यायला पैसा पाहिजे आणि निजामाची मस्ती ही उतरली पाहिजे, असं काहीतरी करायचं त्याला मोठा हदरा बसला पाहिजे. इंग्रजांच्या मदतीने निजामाने हैदराबाद स्टेट मध्ये रेल्वेचे जाळे टाकलं होतं. पोस्ट ऑफिस उघडले होते. संदेश वाहनाचं जाळ विणलं

होतं. शेतसारा, वतनदारी, जहागिरी पासून मिळणारा पैसा ठेवण्यासाठी बँका उघडल्या होत्या. हैदराबाद स्टेट बँक मोठ्या तहसली व बाजारपेठाच्या ठिकाणी होत्या.

नांदेडची जमीन पूर्वीपासूनच पांढरं सोनं उगवत होती. ईश्वराच्या कृपेने नांदेड परगण्यात कापसाचे अमाप पीक पिकायचं त्याकाळी कापसाला सोन्याचा भाव होता. भोकर, हदगाव, कंधार, नायगाव, बिलोली आणि उमरी या कापसाच्या मोठ्या बाजारपेठा हजारो टन कापूस जमा व्हायचा रेल्वेने हैदराबादला जायचा, तेथून इंग्रज लोक हा कापूस इंग्लंडला न्यायचे सुगीच्या दिवसात म्हणजे डिसेंबर जानेवारीत सगळ्या बँकात पैसाच पैसा राहायचा कापसाच्या बदल्यात शेतकऱ्यांना देण्यासाठी।

एकत्र आली लोक समजदार

होती गरज पैशांची फार

बैठकी होऊ लागल्या वारंवार

ऑपरेशनउमरीबँक ने घेतला आकार हो जिरे जी जी जी

श्रीअनंतरावभालेराव, **श्रीरघुनाथरावरांजणीकर**,

नागनाथपरांजपेसाहेबरावदेशमुख, **साहेबरावबारडकरकिशोरशहाणेनागनाथपरांजपे** इत्यादी उत्साही व अवखळ परंतु शासनबद्ध तरुण त्यांच्या मदतीला होती.

वरील सर्व क्रांतिकारकापैकी श्री रघुनाथराव रांजणीकर हे इंग्रजांच्या फौजेत सैनिक म्हणून बरीच वर्षे कार्यरत होते, त्यामुळे एखाद्या सैनिकी मोहिमेप्रमाणे प्रत्येक बाब पारखून ठरू लागली. मोहिमेचे लुटू

फोटोचे प्रात्यक्षिके होऊ लागली.

बंधू भगिनींनो लुटीसाठी उमरी बँकेची निवड का झाली त्यासाठी त्या कळच्या इतिहास भूगोल आपल्याला जाणून घेतला पाहिजे उमरीही कापसाचे पेठ असल्याने तेथे दररोज लाखो रुपयांची लढाई होत असे त्यावेळी नांदेडलाच टेलिफोनची सोय नव्हती मग उमरी तर दूरच राहिली जोडणारी पक्की सडक नव्हती दळणवळणाचे एकमेव साधन म्हणजे रेल्वे दुपारी एकदा गाडी गेली की दुसऱ्या दिवशीच पहाटे दुसऱ्या दिवशी पहाटे गाडी यायची एकूण छापा टाकण्यासाठी ते एक आदर्श ठिकाण होते तसेच गोविंदराव पानसरे यांच्या हत्येचा बदला स्थानिक रजाकारांकडून घ्यायचा होता.

गोविंद पानसरेंचा घ्यायचा बदला

निजामशाहीला द्यायचा मोठा हदरा|

धनाजी भाऊ तसेच पत्तेवर आदी व्यापारी दररोज बँकेत जायची तिथल्या रचनेची त्यांना खडानखडा माहिती होती 1947 नोव्हेंबर चा महिना असावा बँकेत 60-70 लाख तरी जमले असावेत एवढं मोठं घबाड हाती लागलं तर ? नुसत्या आकड्यांनी क्रांतिकारकांची मस्तक फिरु लागले. हळूहळू लोक जमू लागले कामे वाटले जाऊ लागली. डिसेंबरच्या महिन्यात छापा घालण्याचे ठरले ऑपरेशन उमरी बँक चा प्लॅन तयार झाला. शस्त्र-अस्त्र जमा झाली. सर्व वीरांचे बाहू स्फुरण पाहू लागले. परंतु घात झाला. कोणाला ठावं कसं पण बँक लुटीचा कट सरकारच्या कानावर गेला. सरकारच्या ताबडतोब हालचाली सुरू झाल्या उमरी पोलिसांची संख्या वाढवण्यात आली बँकेवर सशस्त्र पोलिसांचा पहारा बसला. त्यांच्या जोडीला अरबांचे एक खाजगी पथक तैनात करण्यात आले.अरबांना या भागात चाऊस म्हणत ही चाऊस मंडळी दडपशाही करत गावातून फिरू लागले. संशयित कार्यकर्त्यांना

पोलीस ठाण्याच्या वाऱ्या कराव्या लागू लागल्या. लोक हैरान होऊन गेले. बँक लुटीचा कट उधळला गेला. यावेळी क्रांतिकारक उमरी जवळच्या डोंगरात जमले होते. त्यांनी ऑपरेशन स्थगित करण्याचा निर्णय घेतला आणि जड मनाने लोक पांगली.

असा कसा घात झाला

खबर झाली निजामशाहीला

सरकारचा बंदोबस्त एवढ्यावरच थांबला नाही, क्रांतिकारकांचा थळ मध्य प्रांतातील उमरखेड नजीक देवसरीला असल्याची त्यांना खबर होती. लुटालुट झालीच तर लुटारु लोक देवसरीच्या दिशेने पळणार हे त्यांना ठाऊक होते. त्याला तोड देण्यासाठी उमरी ते देवसरी घोडदलाची पथके पेरण्यात आली. उंबरीला सर्व बाजूंनी कोंडी करण्यात आली.

असा कसा घात झाला

खबर झाली निजामशाहीला ।

बरेच दिवस लोटले बँक लुटीचे बातमी केवळ अफवा असावी अशी सरकारची खात्री होऊ लागली. बरेच सहस्त्र पोलीस काढून घेण्यात आले. कार्यकर्त्यावरची नजर कमी झाली. परंतु उमरी ते देवसरी घोडदल गस्त चालूच होती वातावरण शांत होताच बँक लुटीची योजना पुन्हा तपासून पाहण्यात येऊ लागली.

जोश मी होश होना नही चाहिये

दुश्मन को कमजोर समजना नही चाहिये ।

या उक्तिप्रमाणे अनंतराव भालेराव यांनी आपल्या बुद्धिमत्तेचा वापर करून रघुनाथराव रांजणीकर यांना सोबत घेऊन उमरी बँकेचा गट काटेकोरपणे आखला. यात एकशे बहात्तर क्रांतिकारकांनी सहभाग घेतला.

माझा सलाम **172** सैनिकांना हाहाहा

भारत मातेच्या वीर पुत्रांना

निघाले वीर मोहिमेला हो जी जी जी

कार्यक्रमाची आखणी झाली.

कार्यक्रम ऑपरेशन उमरी बँक उमरी स्टेट बँक ऑफ हैदराबाद

उद्देश बँक लोटणे आडवे येणाऱ्याला ठार करणे पैसा हद्दपार पोहोचविणे

तारीख शुक्रवार दिनांक 30 जानेवारी 1948

वेळ सायंकाळी चार वाजता

माझा माझा सलाम 172 सैनिकांना

भारत मातेच्या वीर पुत्रांना

निघाले वीर मोहिमेला हो जी जी

172 सैनिकांना खालील प्रमाणे कार्याचे जिम्मेदारी देण्यात आली होती.

तुकडी पहिली उमरी बँकेवर हल्ला करून त्यातील रक्कम जमा करणे, सैनिक 21 त्यातील बारा जणांनी मोक्याच्या जागा रोखाव्या बाकीच्यांनी बँकेवर धाड घालावी

तुकडी दुसरी पोलीस स्टेशनवर हल्ला करणे एकूण सैनिक 15

तुकडी तिसरी रेल्वे स्टेशनवर हल्ला करणे संपर्क व तार यंत्रणा नष्ट करणे रेल्वे मार्ग उडवणे यात 15 सैनिकांचा समावेश होता

तुकडी चौथी उमरी ते धर्माबाद रेल्वे व इतर दळणवळण तोडणे सैनिक 51

तुकडी पाचवी उमरी ते नांदेड दळणवळण तोडणे सैनिक 35 तुकडी सहावी उमरी ते बिलोली संपर्क तोडणे एकूण सैनिक 39

त्यानंतर काही जणांना निरोप पोहोचण्याचे काम देण्यात आले होते यात चार ते पाच जण होते ऑपरेशनचा कार्यक्रम या प्रमाणे काटेकोर आखण्यात आला. सर्व लूट नेत्यांच्या देखरेखित जमा झाली पाहिजे असे ठरविण्यात आले सर्वांनी प्रामाणिकपणाच्या शपथा घेतले कुणी कुचराई केली तर दुसऱ्याने त्याला सरळ गोळी घालावी असे ठरले.

निघाले वीर मोहिमेला

भारत मातेची सेवा करण्याला

तरुण रक्ताने घेतला उभार

उत्सहाला ना राहिला पारावार हो जी जी जी

सगळी तयारी झाली परंतु उमरी ते देवसरी ची गस्त कशी काढायची यासाठी गनिमी काव्याने डाव साधण्यात आला. यासाठी दोन छोट्या

मोहिमेवर हाती घेण्यात आल्या या मार्गाच्या पश्चिमेस हादगाव तालुक्यातील तळणी हे मोठ्या जहागिरीचे गाव होते. या जहागरीचा लेवी वसुलीच्या नावावर लेवी शेतकऱ्यांना प्रचंड त्रास देण्यात येत होता. येथे एक पोलीस स्टेशन ही होते म्हणूनच तर या पोलीस स्टेशनवर हल्ला करण्याचा बेत आखला. नागनाथ परांजपे, साहेबराव देशमुख, रघुनाथराव रांजणीकर आणि अजून एक व्यक्ती असेच चौघेजण मिळून तळणीला दाखल झाले. सायंकाळच्या वेळी पोलीस ठाण्याजवळील एका उंच ओट्यावर मोर्चा बांधण्यात आला. खाना पकविण्याच्या गडबडीत पोलीस होते इशारा मिळतात 4 जणांनी पोलीस स्टेशनच्या दिशेने जोरदार हल्ला चढवला बंदुकीच्या गोळ्या झाडण्यात आल्या. त्यांच्यावर झालेल्या अचानक हाल्ल्याने गोंधळ उडाला सारे पोलीस सैरावैरा धावू लागले. एका वर्षावातच चार-पाच सैनिक कोसळले त्यातले किती मेले किती वाचले याचा काहीच पत्ता लागला नाही. पाच मिनिटे गोळ्यांचा भडिमार करून हल्लेखोर अंधारात पसार झाले. सगळीकडे एकच गोंधळ उडाला.

तोबा तोबा गणीम किधर से आया

किधर गया?

धावाधाव सुरू झाली तोवर ही मंडळी पैनगंगा पार करून कॅम्पवर सुरक्षित पोहोचली. यानंतर लगेचच हल्लेखोरांनी उमरी पोलीस स्टेशनच्या हद्दीत एका अडवळणाच्या गावात रजाकारा सोबत दंगल घडवून आणली. दोन्ही हल्ल्याचा योग्य परिणाम झाला. सर्वत्र खळबळ माजली. गस्तीवरील घोडदळ काढून तळणीला पाठवण्यात आले. उमरीचे फौजदार सशस्त्र पोलीस घेऊन जातीने आडवळण्याच्या गावाला हजर झाले. उमरीतील पोलिसांची संख्या रोडावली तर दुसरीकडे देवसरी चा मार्गही मोकळा झाला.

गनिमी काव्याने डाव साधला हा हा हा

पोलिसांना पाठवले आडवळणाला

झाला मोकळा देवसरीचा मार्ग हो जी जी जी ।

होशियार तय्यार अखेर 30 जानेवारी चा दिवस उजाडला. उमरी कापसाची मोठी बाजारपेठ जवळपास दीड ते दोन हजार गाड्या व शेकडो उंटावर कापूस लादून शेतकरी लोक मोंढ्यामध्ये दाखल झाले होते. पूर्ण बाजारपेठ पांढरी शुभ्र दिसत होती कापूस विकून खिसे गरम झालेले शेतकरी बाजारात फिरत होती. कुणी किराणामाल खरेदी करत होता कुणी हॉटेललात रमला होता, कोणी नाश्तापाणी करत होती. उमरी मोंढा हा वेशीच्या आत होता. वेशीच्या आत उजव्या बाजूला उमरी बँक होती बँकेच्या आजूबाजूला शेतकऱ्यांनी आपल्या बैलगाड्या उनाड केल्या होत्या. या बाजारात आपले क्रांतिकारक खास शेतकऱ्यांच्या पेहराव करून दोन बैलगाड्या घेऊन आली. दोन्ही गाड्यात कापसाच्या रिकाम्या बोंदऱ्या होत्या आणि त्यात लपवल्या होत्या रायफली. दोन्ही गाड्यांना बँकेच्या दारासमोरच जागा मिळाली शेतकऱ्यांच्या चेहऱ्यावर हसू उमटले. बैल बाजूला बांधून दोघेही गाडीतच आडवे झाली. तीन साडेतीन वाजले तस तशी बँकेजवळ वर्दळ वाढू लागली. मुंडासे बांधलेले शेतकरी थोड्या गबाळ्या सारखे बँकेसमोर घोटाळू लागली. अरब लोक त्यांना शिव्या घालून हाकलू लागले पण आपले शेतकरी फिरून परत येत होती. बँकेच्या समोर काही नकली शेतकरी हॉटेलात मिठाई खाण्याचा नाटक करत बसली होती. याच हॉटेल ला दोन तरुण मुंडासेवाले शिरले एक होता किशोर शहाणे तर दुसरा होता साहेबराव देशमुख ऑपरेशन मध्ये त्यांना महत्त्वाचे कामगिरी बजावायचे होती. परिस्थितीचा भयंकर ताण त्यांच्या मनावर होता. वेळ घालवण्यासाठी खारा मागवला पण तो घशाखाली जाईना, मिठाई मागवली पण तीही गोड लागेना, चहा

पिववेना, केवळ पाणी पिऊन त्यांनी आपल्या पटक्याने चेहऱ्यावरील घाम पुसला.

इकडे तिसरी तुकडी कामाला लागली, तिसऱ्या तुकडीने रेल्वे स्टेशनच्या केबीनमध्ये शिरून गोंधळ घातला. कागदपत्रे गोळा करून त्यांना पेटवून दिले. स्टेशन मास्तर खिडकीतून पळून गेला हल्लेखोर प्लॅटफॉर्मवर जाऊन बंदुकीचा विनाकारण दोन फायर केल्या. रेल्वे स्टेशन वरची प्रवासी मंडळी घाबरून पळून गेली. बाबुराव कंदुरीकर यांनी पोलवर जाऊन तारा कापल्या, इतरांनी रुळावर जिलेटिन लावून त्याचा स्फोट केला. हे होत असताना वेगळाच घडला जवळच रेल्वे कॉलनी होती तेथील लोकांना कळाले भुरट्यांचा हल्ला आहे हातात जे वस्तू मिळेल ते घेऊन रेल्वे स्टेशन कडे येऊ लागले. आता बाका प्रसंग आला क्रांतिकारकांना वाटले आपल्याच हातात आपल्याच लोकांच्या हातून आपले मरण ओढावेल असे वाटले, एवढ्यात त्यांना युक्ती सुचली

भारत माता की जय

वंदे मातरम

इन्कलाब जिंदाबाद

क्रांतिकारकांनी मोठ्याने घोषणा देण्यास सुरुवात केली. त्यावेळी लोकांना खरा प्रसंग समजला ते जागेवरच थांबले मात्र करोडगिरीचा एक जवान हातात बंदूक घेऊन पुढे पुढे येत होता. मनोहर ने त्याच्या दिशेने हात बॉम्ब फेकला धाडकन विज कोसळावी तसा आवाज गुंजला. स्फोट होताच तो जवाण धुम्णाला पाय लावून उलट दिसेल पळत सुटला एक हल्ला यशस्वी झाला.

त्याचवेळी ठीक चार वाजता दुसऱ्या तुकडीने उमरी पोलीस स्टेशन वर हल्ला केला. परांजपे भीमराव आदींनी पोलिस ठाण्याला गराडा घातला पहिल्याच भेरीत संत्र्याला लोळविले नाथराव दार उघडले आत शिरले आतली पोलीस बंदूक घेण्याच्या तयारीत होते तोपर्यंत नाथरावानी एका हवालदाराच्या डोक्यावर रायफल धरली व खटका दाबला परंतु दुर्दैव खटका अडकला गोळी बाहेर निघेना प्रसंगावधान राखून नाथरावांनी मोठी गर्जना केली व सगळ्या पोलिसांना एका कोपऱ्यात गोळा होण्यास सांगितले. त्यावेळी भीमराव देशमुख लहानकर मागचे दार उघडून पोलीस स्टेशनमध्ये आले, बघता काय गोळ्या घाला भीमराव असे नाथरावांनी आदेश दिला भिमरावांनी गोळ्या घालून पोलिसांना ठार केले.

वीर पुत्रांनी जीव हातावर घेतला

नाही घाबरले यमदूताला

ठार केले निजाम पोलिसांना हो जीरे जी जी जी

पोलीस स्टेशनची कामगिरी पूर्ण होताच काशिनाथराव ही बँकेकडे धावला तेथे त्याला कोणीही दिसेना कुठे गेले अनंतराव? कुठे गेले साहेबराव ?तो गांगरला पण वेळ घालून चालणार नव्हती तो तेथूनच ओरडला

"अनंतराssssव...........काम फत्ते"

आणि त्याच्या कानाजवळ बंदुकीचा काssडकन वार झाला. आवाज ऐकताच शेतकऱ्यांच्या वेषातले क्रांतिकारक ताडकन उभे राहिले कुणाच्या तोंडात मिठाईचा तोबरा होता, कोणाची दाढी अर्धवट राहिली, कुणी मुंडासे बांधत होतं खऱ्या खोटे शेतकऱ्यांचा एकच कालवा झाला कापसाच्या बोंदऱ्यात लपवलेल्या रायफली खेचून अनंतराव आणि

त्यांच्या सहकाऱ्यांन बँकेकडे धाव घेतली. दिगंबरराव यांनी रायफली घेऊन मुख्य वेस अडवून ठेवली. काय घडले हे पहारेकरांच्या लक्षात यायला वेळ लागला नाही. त्यांनी मोर्चे सांभाळून गोळीबारात सुरुवात केली काही पहारेकऱ्यांचे मुडदे पाडून क्रांतिकारक आत घुसली. मॅनेजर बंदुकीच्या आवाज ऐकूनच घाबरला आणि त्याची बोबडी वळाली होती. त्याने निमुटपणे किल्ल्या हवाली. केल्या बाकीच्या किल्ल्या कॅशियर जवळ होत्या किल्ल्या मागताच त्यांनी वेगळीच चाल सुरू केली. गिरगावकर कॅशियर नांदेडचेच होते त्याचा अंदाज होता की हे लोक आपल्याला काहीच करणार नाही म्हणून तो म्हणू लागला, "मजजवळ किल्ल्या नाहीत, एवढे धन आपण नेणारा त्याच्यातला किती वाटा मला देणार?" त्यांनी अशी चर्चा सुरू केली. त्याला खरंच वाटा पाहिजे होता की आणखी कुमक येण्याचे वाट पाहत होता हे सांगता येत नव्हतं गिरगावकरांची चाल पाहताच आबासाहेब देशमुख पुढे होऊन त्यांनी धाडकन गोळी घातली. अरब रजाकारा पैकी एकजण वरच्या मजल्यावर होता. दार बंद करून तो खिडकीतून अंधाधुंद गोळीबार करत होता. तिथल्या जवळच्या पिंपळाच्या झाडाअडून शंकरलाल शर्माने त्याला बरोबर टिपले झाडावर चढून बसलेल्या दोन अरबांना ही कुणीतरी गोळ्या घालून लोळविले होते.एक चाऊस समोरच्या हॉटेलात टेबलखली लपून गोळ्या घालत होता, साहेबराव त्यांच्या मागून पोचले लुंगी धरून त्यांनी त्याला बाहेर खेचली व गोळी घातली.

अंधाधुंद गोळीबार झाला हा हा हा।

एक एकाने टिपले अरबांना

घेतले कवेत उमरी बँकेला हो जी जी

इकडे धनजीभजींनी मोंढ्यातून रिकामी बारदाने आणली होती त्यात भराभर नोटा भरण्यास सुरुवात केली. पायाने तोडून नोटा गच्च

कोंबण्यात आले. बंदे, रुपया, चिल्लर ओझे नको म्हणून तेथेच टाकून देण्यात आले होते. पोते नोटांनी भरून बांधण्यात आली होती. मोंढयातून अठरा बैलगाड्या पकडण्यात आल्या बैलगाड्यातील ज्वारी इतर धान्य, किराणा सामान खाली टाकून देण्यात आला, व मधल्या बैलगाड्यात नोटांनी भरलेली पोती लादण्यात आली. पुढच्या आणि मागच्या बैलगाड्या क्रांतिकारक स्वार झाली उरलेले पोलीस रजाकार घाबरून पळून गेले होते. हल्लेखोर क्रांतिकारक आता निर्भय झाले होते. गावकरी व मोंढ्यातील सर्वांना एव्हाना समजून चुकले की हा हल्ला निजामशाही विरोधात आहे,सर्व लोकांनी त्यांची अपूर्व मिरवणूक काढली. मिरवणुकीच्या आघाडीला खानसाहेबांच्या लुटलेल्या घोड्यावर एक वीर स्वार झाला होता. बंदुकीच्या कडाका करत हुतात्मा पानसरे, हुतात्मा उत्तरवार यांचा जयजयकार करत होता. सर्व गावकरी, शेतकरी मिरवणुकीत सामील झाले.मिरवणूक वेशीबाहेर आली तेव्हा सूर्यदेवांनी क्षितिजाखाली बडी मारली होती.

वीरांनी भला पराक्रम केला

जाणीव करून दिली जनतेला

निजामशाहीचा खचला पाया हो जी जी

18 बैलगाड्यांमध्ये सर्व क्रांतिकारक लुटीसह रातोरात पैनगंगेच्या पलीकडे उमरखेड कॅम्प ला पोहोचली. एका मॅजीस्टेट समोर लुटीच्या रकमेची मोजणी करण्यात आली. ती 20 लाख 65000 ची भरली. गोदाजी रावांनी सर्व रक्कम आपल्या कारमधून अकोला जळगाव नगर मार्गे म्हणजेच निजाम संस्था ला वळसा घालून सोलापूर आणण्यात नेण्यात आली. तेथे परत रक्कम मोजून फुलचंद गांधी, बाबासाहेब परांजपे, शामराव बोधनकर, गोविंदभाई श्रॉफ यांच्या हवेली करण्यात आली. येथून हैदराबाद मुक्तिसंग्रामाचा एक टप्पा संपून

संगर पर्वाला सुरुवात झाली. मोहिमेनंतर क्रांतिकारकांचे काम संपले परंतु त्यांच्यामुळे सर्व जनतेत चैतन्याची लाट आली. मोहिमेत पोलीस, अरब, कॅशियर व रजाकर असे ११ लोक ठार झाले तर फक्त एका क्रांतिकारकाच्या दंडातून गोळी आरपार गेली त्या मनाने ही मोहीम खूप स्वस्तात पडली. याच पैशातून मुंबई, पुणे, जबलपूर, मद्रास व बेंगलोर येथून शस्त्रे खरीदण्यात आले. सरहद्दीवर कॅम्प चालवण्यात आले साप्ताहिक मराठवाडा हे हैदराबाद स्टेट कॉंग्रेसचे मूखपत्र होते त्यासाठी पुण्यात एक इमारत घेऊन वर्तमानपत्र जोरात सुरू करण्यात आली. याच पैशातून हैदराबाद मुक्त चळवळीला संजीवनी मिळाली हैदराबाद मुक्त चळवळीचे नेते यांनी दिल्लीला तत्कालीन गृहमंत्री वल्लभाई पटेल यांना भेटून हैदराबाद मध्ये मिल्ट्री ॲक्शन करण्यास भाग पाडले व अखेर 17 सप्टेंबर 1948 ला हैदराबाद स्टेट हे भारत संघराज्यात विलीन झाले.

तो सोन्याचा दिन हो आला हा हा

मुक्त केले मायभूमीला,

खूप झाला आनंद गोदामाईला,

औक्षण केले रेणुका मातेला,

भद्र मारुतीला नागनाथाला, तुळजाभवानीला हो जी जी जी

भाद्रपदेत दिवाळी सण आला,

रोषणाई केली गावागावाला,

कळून जाऊ दे असमंताला,

मुक्त झाला मराठावाडा हो जी जी ।

समाप्त

1

मराठवाडा मुक्ती संग्राम दिन अमृत महोत्सव वर्ष

सदरील पोवाडा मराठवाडा मुक्ती संग्राम दिनाच्या अमृत महोत्सव वर्षानिमित्त 48 वा जिल्हास्तरीय कब बुलबुल व स्काऊट गाईड मिळावा डोंगरगाव तालुका मुदखेड येथे सांस्कृतिक कार्यक्रम म्हणजेच शेकोटी कार्यक्रमात जिल्हा परिषद प्राथमिक शाळा पांगरीच्या विद्यार्थ्यांनी गायन व वादनासकट प्रस्तुत केले व सांस्कृतिक कार्यक्रमांमध्ये या पोवाड्यांना जिल्हास्तरावर द्वितीय क्रमांकाचे पारितोषिक पटकावले आहे . याचा व्हिडिओ youtube वर आपणास पहायला मिळेल त्याची लिंक खालील प्रमाणे आहे

https://youtu.be/yhhMAEDTJ14?feature=shared

गायक

कुमारी मयुरी ज्ञानेश्वर ढगे (इयत्ता 7 वी)

कुमारी अक्षरा तुकाराम किरकन (इयत्ता 7 वी)

कुमारी गौरी पंडित दुधाटे (इयत्ता 6 वी)

वादक

धनंजय नवनाथ किरकन (इयत्ता 7 वी)
साईराम मुकिंदा दुधाटे (इयत्ता 6 वी)
अभिमन्यू ज्ञानेश्वर ढगे (इयत्ता 5 वी)
लेखक
श्री संजय पांडुरंगराव माने
जिल्हा परिषद प्राथमिक शाळा पांगरी
ता. अर्धापुर जि. नांदेड
संदर्भ

- हैदराबाद राज्याचा इतिहास (लेखक डॉ. अनिल कंठारे)
- सत्यप्रभा दिवाळी अंक 2022
- आकाशवाणी नांदेड केंद्रावर प्रसारित झालेल्या विविध स्वातंत्र सैनिकांच्या मुलाखती यांचा संदर्भ

2

अनंतराव भालेराव

अनंतराव भालेराव

मराठवाड्यातील लोकनेते, 'दैनिक मराठवाडा'चे झुंजार व निर्भिड पत्रकार, हैद्राबाद मुक्ती आंदोलनातील स्वातंत्र्यसैनिक आदरणीय अनंतराव भालेराव यांचा २६ ऑक्टोबर हा स्मृती दिन. २९ वर्षांपूर्वी १९९१ मध्ये त्यांचे निधन झाले. परंतु आजही त्यांची आठवण प्रकर्षाने होते.

त्यांनी तारुण्यात विद्यार्थीदशेतच हैद्राबाद मुक्ती आंदोलनात सहभाग घेऊन तुरुंगवास भोगला. नंतर संपूर्ण आयुष्य शेतकरी, भूमिहीन शेतमजूर आणि समाजातल्या सामान्यांचे प्रश्न मांडण्यात आणि अन्यायाला वाचा फोडण्यात अग्रेसर राहून व्यतीत केले. अनंत भालेराव यांची २२ मे १९५३ रोजी 'मराठवाडा'च्या संपादकपदी नेमणूक झाली. त्यापूर्वी १९४८ पासून ते आनंद कृष्ण वाघमारे यांना सहायक म्हणून संपादनात सहकार्य करीत असत. वाघमारे यांनी निजाम सरकारच्या शासनाविरुद्ध राजकीय चळवळीसाठी वृत्तपत्र हवे म्हणून १० फेब्रुवारी १९३८ रोजी 'मराठवाडा' या साप्ताहिकाचा प्रारंभ केला. ते पुण्याहून प्रसिद्ध केले जात असे. हैद्राबाद संस्थानात त्यावर बंदी घातलेली होती. पहिल्या १० महिन्यांच्या काळात निरनिराळ्या नावांनी वाघमारेंनी ते साप्ताहिक छापले. शेवटी नोव्हेंबर १९३८ मध्ये हा उपक्रम बंद करावा लागला. वाघमारे यांच्यावर राजद्रोहाचा खटला भरून त्यांना २१ महिने स्थानबद्ध करण्यात आले. १३ मार्च १९४८ पासून 'मराठवाडा' पुन्हा सुरू करून मुंबई येथून प्रकाशित करण्यात आला. १७ सप्टेंबर १९४८ ला निजामी राजवटीचा अंत होऊन राजकीय घडामोडींना वेग आला. स्टेट काँग्रेसमध्ये दुही आणि जहाल व मवाळ गटातील मतभेद उफाळून त्याची परिणती म्हणून निजामाबाद येथे झालेल्या स्टेट काँग्रेसच्या अधिवेशनानंतर मार्च १९५० मध्ये गोविंदभाई श्रॉफ, भाऊसाहेब वैशंपायन यांनी राजीनामा दिला. स्वामी रामानंद तीर्थ हे काँग्रेसमध्येच राहिले तरी अनंत भालेराव, गंगाप्रसाद अग्रवाल, काशीनाथराव जाधव, जीवनराव बोधनकर, जगन्नाथराव बर्दापूरकर, विनायकराव चारठाणकर, नागनाथ परांजपे प्रभुतींनी काँग्रेस सोडली. १९५२ मध्ये सार्वत्रिक निवडणुका झाल्या. त्यात 'लीग ऑफ सोशालिस्ट वर्कर्स'नी पाच पक्षांची आघाडी करून निवडणुका लढविल्या. अनंतरावांनी बिलोली मतदार संघातून विधानसभेची निवडणूक लढविली, पण ते पराभूत झाले. केवळ बाबासाहेब परांजपे हे एकटेच लोकसभेवर निवडून गेले. 'लीग ऑफ सोशालिस्ट वर्कर्स'च्या आघाडीचे कोणीही निवडून न आल्याने वाताहत झाली. त्यानंतर 'लीग ऑफ सोशालिस्ट वर्कर्स' विसर्जित झाली. १९५३ सालापर्यंत वाघमारेंनी 'मराठवाडा'चे संपादकपद

सांभाळले. नंतर २८ मे १९५३ पासून अनंतरावांकडे धुरा सोपविण्यात आली.

अनंतराव भालेराव हे लढवय्ये स्वातंत्र्य सैनिक तर होतेच, पण त्याचप्रमाणे ते झुंजार व प्रतिभाशाली पत्रकारही होते. १ मार्च १९८६ पासून ते संपादकपदावरून निवृत्त झाले. आपल्या संपादकपदाच्या काळात मराठवाडा साप्ताहिकाचे आधी अर्ध-साप्ताहिक आणि नंतरच्या काळात दैनिक म्हणून रुपांतर त्यांनी घडवून आणले. मराठवाडा वृत्तपत्रातून लोकांच्या तक्रारी वेशीवर मांडून त्यांच्यावरील अन्यायाला वाचा फोडून हक्कांचे संरक्षण करण्याची भूमिका आपल्या अग्रलेखांतून अनंतरावांनी घेतली. यामुळे मराठवाडा वृत्तपत्र हे येथील जनतेचे जणू मुखपत्रच आहे, असे लोकांना वाटू लागले आणि अनंत भालेराव यांच्याकडे 'लोकनेता' म्हणून लोक पाहू लागले. ऑक्टोबर १९५६ मध्ये अनंतराव औरंगाबादला आले आणि येथील व्यवस्थेची जुळवाजुळव करून ११ नोव्हेंबर १९५६ पासून 'मराठवाडा' अर्ध साप्ताहिक स्वरूपात नियमितपणे प्रकाशित करण्यास सुरुवात झाली. एखाद्या मतप्रणालीचा प्रचार न करता तटस्थ आणि नि:पक्ष राहून जागल्याची भूमिका पार पाडायची, लोकांचे प्रश्न आणि त्यांच्या अडचणी मांडण्याचे काम करायचे, असे धोरण ठेवून मराठवाडा वृत्तपत्रातून अनंतरावांनी मराठवाडा प्रदेशाच्याविकासा संबंधीचे प्रश्न हाताळले.

3

साहेबरावदेशमुखबारडकर,

साहेबरावदेशमुखबारडकर,

ज्यांना बापू किंवा मालक म्हणूनही ओळखले जाते, यांचा जन्म 8 एप्रिल 1925 रोजी नांदेड जिल्ह्यातील बारड येथे झाला. संपन्न आणि प्रतिष्ठित देशमुख कुटुंबातून येऊन, त्यांचे प्राथमिक शिक्षण बारड येथे आणि उच्च शिक्षण नांदेड येथे झाले, कारण शहरातील सोयीसुविधा आणि शहरी वातावरणाने त्यांना आकर्षित केले. भारतीय राष्ट्रीय काँग्रेसने स्वातंत्र्यासाठीच्या संघर्षाचे आवाहन केले, तर नेताजी सुभाषचंद्र बोस यांचा "जय हिंद" घोषणामंत्र जनतेला प्रेरणा देत होता. महात्मा गांधींनी अहिंसा आणि असहकाराच्या मार्गाने शक्ती मिळविण्याचे आवाहन केले. त्यांनी या चळवळी आणि विचारसरणींचा अभ्यास केला आणि त्यांच्या मनात स्वातंत्र्याची तळमळ निर्माण होऊ लागली.

1946 ते 1948 दरम्यान बारड परिसरात स्वातंत्र्यासाठी तीव्र चळवळी झाल्या. या काळात राजारामजी देशमुख, विठ्ठलराव बारडकर, आणि आबासाहेब लहानकर यांसारखे नेते उदयास आले. कमी वयातच त्यांनी नांदेड, किनवट, आणि उमरखेड येथे जनजागृती केली आणि स्वातंत्र्य सैनिकांचे नेतृत्व केले. नांदेड जिल्ह्यातील सत्याग्रह आंदोलनात त्यांनी भाग घेतला आणि संघर्षाची सुरुवात झाली. पाटनूर आणि तेलकी वटेल येथे जंगल सत्याग्रहात भाग घेतला, आणि या लढायांमध्ये निर्णायक भूमिका बजावली. 1947 मध्ये राज्य काँग्रेसच्या आदेशानुसार, मराठवाड्यात राष्ट्रीय तिरंगा फडकविण्यात आला, आणि उमरखेडमध्ये नांदेड कॅम्पची स्थापना करण्यात आली.

त्यांच्या जीवनातील दोन महत्वाच्या घटनांमध्ये त्यांनी सहभाग घेतला: उमरी बँक दरोडा आणि इस्लापूर येथील पोलिस स्टेशनवरील हल्ला. या काळात त्यांचे घर कार्यकर्त्यांचे केंद्र बनले आणि त्यांचे शेत बारड टापू म्हणून ओळखले जाऊ लागले, जे रझाकार विरोधी केंद्र बनले. या प्रदेशात 60 गावांचा समावेश होता, जो चाभरा, चोरंबा, आणि रवांगाव पासून लाना, नागेली, आणि चिदगिरीपर्यंत, भोकापर्यंत पसरलेला होता. सत्याग्रह आणि चळवळींमध्ये रझाकारांविरुद्धच्या सशस्त्र संघर्षातील साहेबरावांचा अनुभव त्यांना कुशल आणि निडर बनविला.

सरकारने साहेबरावांच्या उल्लेखनीय योगदानाची दखल घेतली आणि त्यांचा राष्ट्रपती पदकाने सन्मान केला. साहेबराव देशमुख बारडकर यांचे 11 जुलै 2001 रोजी निधन झाले.

4

अबासाहेबदत्तारावलहानकरदेशमुख

अबासाहेबदत्तारावलहानकरदेशमुख

यांचा जन्म 5 मार्च 1924 रोजी नांदेड जिल्ह्यातील लहान गावात झाला. त्यांचे बालपण लहान येथेच गेले, आणि त्यांचे प्राथमिक शिक्षण पार्डी मक्ता येथे झाले. या काळात त्यांनी आपल्या तरुण मित्रांसह सांस्कृतिक कार्यक्रमांमध्ये सक्रिय सहभाग घेतला. या सांस्कृतिक क्रियांतूनच ते स्वातंत्र्य चळवळीत सामील झाले आणि अनंत भालेराव यांच्या संपर्कात आले.

हैदराबाद मुक्तिसंग्रामादरम्यान राज्य काँग्रेसच्या निर्देशानुसार, अबासाहेब लहानकर यांनी झेंडा मोहिम आणि सार्वजनिक उठावांसह विविध कार्यांमध्ये महत्वपूर्ण भूमिका बजावली. 15 ऑगस्ट 1947 रोजी त्यांनी प्रचार मोहिमेला सुरुवात केली आणि भाठाळ परिसरातील अनेक गावांना भेट देऊन तिरंगा झेंडे फडकाविण्याचे वातावरण निर्माण केले. परिणामी, मौजे लहान आणि परिसरातील 50 गावांमध्ये घराघरातून तिरंगा झेंडा अभिमानाने फडकविण्यात आला. परंतु, त्यांच्या या सहभागामुळे त्यांना एक महिना तुरुंगवास भोगावा लागला.

तळणी गावात एका पोलिस निरीक्षकाने स्थानिक लोकांवर अन्याय केला जात होता. अबासाहेब लहानकर, रघुनाथराव राजनिकर, नागनाथराव परांजपे, साहेबराव बारडकर, आणि किशोर शहाणे यांनी अन्याय करणाऱ्या पोलिसांवर कारवाई केली, ज्यामुळे त्या निरीक्षकाचा पराभव झाला. त्यानंतर अबासाहेब लहानकर यांच्या विरोधात अटक वॉरंट जारी करण्यात आले, ज्यामुळे त्यांनी भूमिगत होउन हैदराबाद मुक्तिसंग्रामात सक्रिय सहभाग घेतला.

स्वातंत्र्य संघर्षातील त्यांच्या योगदानाची दखल घेऊन महाराष्ट्र सरकारने 1968 मध्ये अबासाहेब लहानकर यांना सन्मानपत्र देऊन सन्मानित केले. याशिवाय 1988 मध्ये भारत सरकारने देखील स्वातंत्र्यलढ्यातील त्यांच्या महत्वपूर्ण भूमिकेची दखल घेतली. अबासाहेब दत्ताराव लहानकर यांचे 8 फेब्रुवारी 1989 रोजी निधन झाले.

5

गोविंदभाई मन्नूलाल श्रॉफ

गोविंदभाईमन्नूलालश्रॉफ

यांचा जन्म 24 जुलै 1911 रोजी कर्नाटकमधील बीजापुर येथे झाला. ते भारताच्या स्वातंत्र्य संग्रामात आणि मराठवाड्याच्या मुक्ती चळवळीत सक्रिय सहभागी होते. त्यांनी गणित विषयात एम.एससी. पूर्ण केले, आणि त्यानंतर 1936 साली एल.एल.बी. पदवी प्राप्त केली. त्यांनी थोड्या काळासाठी औरंगाबाद येथील एका सरकारी शाळेत शिक्षक म्हणून काम केले. 1938 मध्ये त्यांनी स्वामी रामानंद तीर्थ यांची भेट घेतली, आणि त्यानंतर त्यांनी नोकरी सोडून स्वातंत्र्य चळवळीत सहभागी होण्याचा निर्णय घेतला. वंदे मातरम या राष्ट्रगीतावर निर्बंध घालण्यात आले होते, त्यामुळे उस्मानिया विद्यापीठातील विद्यार्थ्यांनी निजाम राज्याच्या विरोधात संप पुकारला होता. या संपाचे नेतृत्व गोविंदभाई मन्नूलाल श्रॉफ यांनी केले. 1941 मध्ये त्यांना त्यांच्या सहकाऱ्यांसह अटक करण्यात आली आणि 23 महिने बीदर तुरुंगात ठेवले गेले, त्यानंतर ऑक्टोबर 1942 मध्ये त्यांची सुटका झाली.

1947 ते 1948 दरम्यान, निजाम राज्याच्या विरोधातील लढ्याचे समाधान करण्यासाठी चार सदस्यांची एक समिती स्थापन करण्यात आली होती, ज्यामध्ये गोविंदभाई श्रॉफ सहभागी होते. हा लढा भारतीय सैन्याच्या मदतीने यशस्वीरीत्या जिंकण्यात आला, आणि हैदराबाद राज्य भारताचा भाग बनले. स्वातंत्र्यानंतर, श्रॉफ यांनी सामाजिक आणि शैक्षणिक कारणांसाठी सक्रिय योगदान दिले. त्यांच्या राजकीय, साहित्यिक आणि शैक्षणिक योगदानासाठी, त्यांना 1992 साली भारतातील दुसऱ्या क्रमांकाचा सर्वोच्च नागरी सन्मान, पद्मविभूषण, प्रदान करण्यात आला.

22 नोव्हेंबर 2002 रोजी औरंगाबाद येथे 91 व्या वर्षी त्यांचे निधन झाले.

6

स्वामी रामानंद तीर्थ

स्वामीरामानंदतीर्थ (Swami Ramanand Tirth) : (३ ऑक्टोबर १९०३ – २ जानेवारी १९७२). हैदराबाद स्वातंत्र्य लढ्यातील एक थोर

नेते, विद्वान व ऋषितुल्य व्यक्तिमत्त्व. त्यांचे पूर्वाश्रमीचे नाव व्यंकटेश भगवान खेडगीकर होते. त्यांचा जन्म कर्नाटकातील सिंदगी (जिल्हा विजापूर) येथे झाला; मात्र देशसेवेसाठी त्यांनी गुलबर्गा जिल्ह्यातील चिनमेल्ली हे जन्मग्राम म्हणून खोट सांगितले. त्यांचे वडिल सिंदगी गावात प्राथमिक शिक्षक होते. त्यांनी दोन मुलींनंतर संन्यास घेतला; पण पत्नीची संमती घेतली नाही. तेव्हा त्यांच्या गुरूंनी त्यांना परत गृहस्थाश्रमात जाण्याची आज्ञा दिली. त्यानंतर त्यांना स्वामीजी हे पुत्ररत्न झाले. स्वामीजी बालपणात निसर्ग सानिध्यात, जंगलात किंवा नदीकाठी एकटेच फिरत असत; मात्र ते हुषार असल्याने वर्गात त्यांचा पहिलाच क्रमांक असे. त्यांचे चौथीपर्यंतचे शिक्षण सिंदगी येथे झाल्यानंतर त्यांच्या वडिलांनी पुढील शिक्षणासाठी त्यांचा नॉर्थकोट हायस्कूल या सरकारी शाळेत प्रवेश घेतला. तेथे छोटी-मोठी कामे करून त्यांनी अभ्यास केला. त्यांनी मॅट्रिकमध्ये असताना गांधी टोपी घालून सुमारे एक हजार विद्यार्थ्यांना इंग्रजांच्या सरकारी शाळांवर बहिष्कार टाकण्यास सांगून स्वतःही बहिष्कार टाकला. त्यामुळे स्वामीजींना छड्या खाव्या लागल्या; पण टोपी काढण्याचा हुकूम त्यांनी पाळला नाही. त्यांना शाळेतून बहिष्कृत केले गेले. तेव्हा त्यांनी एका राष्ट्रीय विद्यालयातून मॅट्रिकची परीक्षा दिली आणि चांगल्या गुणांनी उत्तीर्ण झाले. त्यानंतर त्यांनी इ. स. १९२१ ते १९२३ या काळात अमळनेर येथे राष्ट्रीय महाविद्यालयातून इंटर उत्तीर्ण झाले. इ. स. १९२४ मध्ये पुणे येथे टिळक राष्ट्रीय विद्यापीठात प्रवेश घेऊन बी. ए. झाले आणि लोकशाहीचा विकास या विषयावर प्रबंध लिहून तेथूनच एम. ए. ही पदवी संपादन केली. स्वामींना वाचनाची खूप आवड होती. त्यांनी भारत सेवकसमाज आणि केसरी मराठा या ग्रंथालयात भरपूर वाचन केले आणि महत्त्वपूर्ण टिप्पणे काढली. शिक्षणामुळे आणि वाचनामुळे निरनिराळ्या विषयाचे सखोल ज्ञान त्यांना प्राप्त झाले. वाचनाबरोबरच त्यांना लेखन, वक्तृत्व आणि व्यायाम या माध्यमांतून त्यांनी भरपूर प्रगती केली. त्यांचे इतिहास, राजनितीशास्त्र आणि अर्थशास्त्र हे विषय होते.

लेखक

श्री संजय पांडुरंगराव माने
एम ए बी एड
जिल्हा परिषद प्राथमिक शाळा पांगरी
ता. अर्धापुर जि. नांदेड

www.ingramcontent.com/pod-product-compliance
Lightning Source LLC
LaVergne TN
LVHW021145160826
845679LV00023B/2061

9798895446980